school - shule	2
reis - usafiri	5
transport - usafiri	8
stad - jiji	10
landschap - mazingira	14
restaurant - mgahawa	17
supermarkt - dukakuu	20
drankjes - vinywaji	22
eten - chakula	23
boerderij - shamba	27
huis - nyumba	31
woonkamer - sebuleni	33
keuken - jikoni	35
badkamer - bafu	38
kinderkamer - chumba ya mtoto	42
kleding - nguo	44
kantoor - ofisi	49
economie - uchumi	51
beroepen - kazi	53
werktuigen - zana	56
muziekinstrumenten - ala za muziki	57
zoo - bustani ya wanyama	59
sporten - michezo	62
activiteiten - shughuli	63
familie - familia	67
lichaam - mwili	68
ziekenhuis - hospitali	72
noodgeval - dharura	76
aarde - dunia	77
klok - saa	79
week - wiki	80
jaar - mwaka	81
vormen - maumbo	83
kleuren - rangi	84
tegengestelden - kinyume	85
cijfers - nambari	88
Talen - lugha	90
wie / wat / hoe - ambao / nini / jinsi	91
waar - wapi	92

Impressum
Verlag: BABADADA GmbH, Nedderfeld 112 , 22529 Hamburg
Geschäftsführer / Verlagsleitung: Harald Hof
Druck: Books on Demand GmbH, In de Tarpen 42, 22848 Norderstedt

Imprint
Publisher: BABADADA GmbH, Nedderfeld 112 , 22529 Hamburg, Germany
Managing Director / Publishing direction: Harald Hof
Print: Books on Demand GmbH, In de Tarpen 42, 22848 Norderstedt

school

shule

klaslokaal
sajili

delen
kugawanya

186/2

bord
ubao

speelplaats
eneo la shule

leerkracht
mwalimu

papier
karatasi

schrijven
kuandika

pen
kalamu

bureau
dawati

liniaal
rula

boek
kitabu

leerling
mwanafunzi

schooltas

mkoba

pennenzak

kikasha cha penseli

potlood

penseli

puntenslijper

kichonga penseli

gom

mpira

tekenblok

pedi ya kuchora

tekening

uchoraji

verfborstel

brashi ya rangi

verfdoos

sanduku la rangi

schaar

mkasi

lijm

gundi

werkboek

daftari

huiswerk

kazi ya nyumbani

nummer

nambari

2+2

optellen

jumlisha

5-2

aftrekken

ondoa

2×2

vermenigvuldigen

zidisha

rekenen

kokotoa

A

letter

barua

ABCDEFG HIJKLMN OPQRSTU VWXYZ

alfabet

alfabeti

woord

neno

tekst

maandishi

Lezen

kusoma

krijt

chaki

les

somo

klassenboek

sajili

examen

uchunguzi

certificaat

cheti

schooluniform

sare za shule

onderwijs

elimu

encyclopedie

elezo

universiteit

chuo kikuu

microscoop

darubini

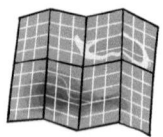

kaart

ramani

papiermand

kikapu cha kuweka karatasi chafu

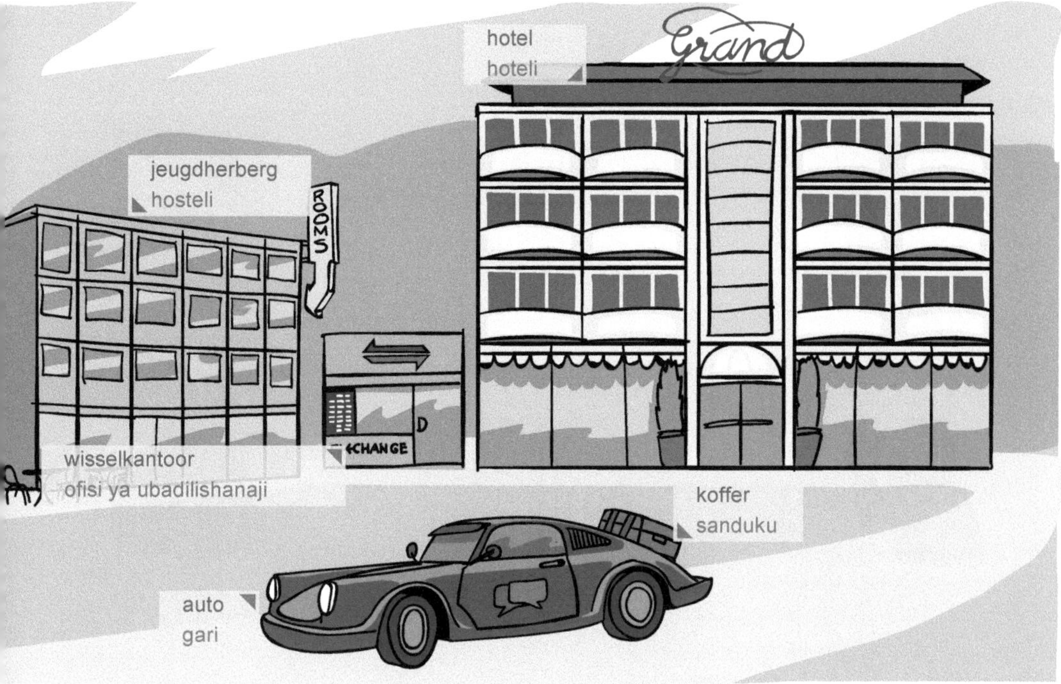

hotel
hoteli
Grand
jeugdherberg
hosteli
ROOMS
CHANGE
wisselkantoor
ofisi ya ubadilishanaji
koffer
sanduku
auto
gari

Taal
lugha

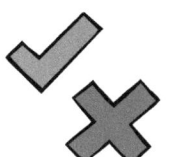

ja / nee
ndiyo / la

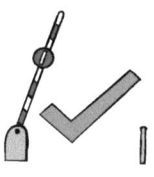

oké
sawa

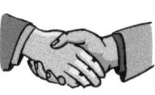

hallo
hujambo

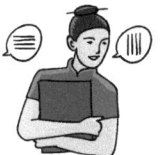

vertaler
mtafsiri

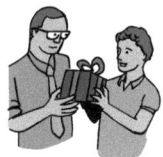

bedankt
Asante

Hoeveel kost ...?

kiasi gani ni ...?

Ik begrijp het niet

Sielewi

probleem

tatizo

Goedenavond!

Jioni njema!

Goedemorgen!

Habari za asubuhi!

Goedenavond!

Usiku mwema!

Tot ziens

kwa heri

richting

mwelekeo

bagage

mizigo

zak

mfuko

rugzak

shanta

gast

mgeni

kamer

chumba

slaapzak

begi la kulalia

tent

hema

toeristeninformatie
taarifa ya utalii

strand
ufuo

kredietkaart
kadi

ontbijt
kifunguakinywa

lunch
chakula cha mchana

avondeten
chakula cha jioni

ticket
tiketi

lift
kuinua

postzegel
muhuri

grens
mpaka

douane
mila

ambassade
ubalozi

visum
visa

paspoort
pasipoti

transport
usafiri

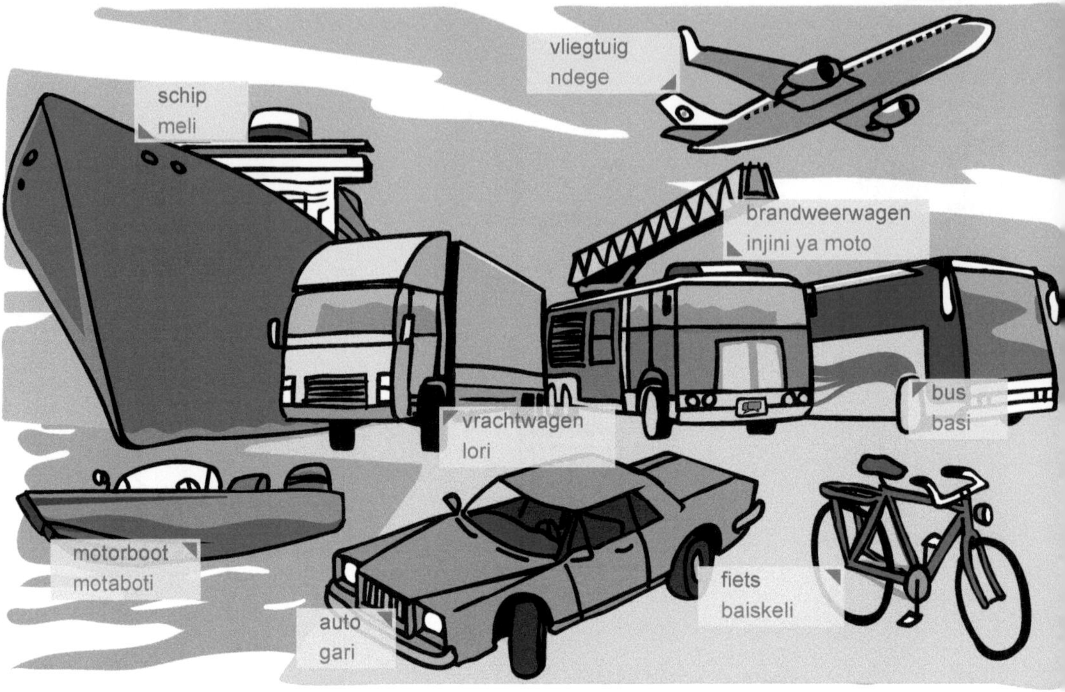

vliegtuig
ndege
schip
meli
brandweerwagen
injini ya moto
bus
basi
vrachtwagen
lori
motorboot
motaboti
fiets
baiskeli
auto
gari

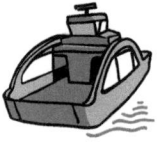

veerboot

feri

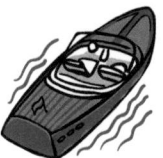

boot

mashua

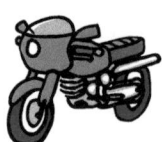

motor

pikipiki

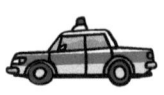

politiewagen

gari la polisi

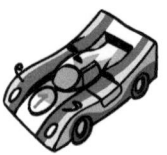

racewagen

gari la mashindano

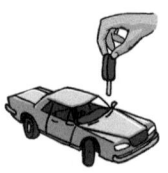

huurauto

gari la kukodisha

carpoolen

kushiriki gari

sleepwagen

lori la kuvuta

vuilniswagen

ukusanyaji taka

motor

motor

benzine

mafuta

benzinestation

kituo cha mafuta

verkeersbord

ishara trafiki

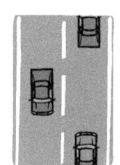

verkeer

trafiki

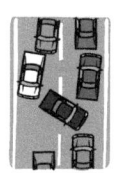

file

msongamano

parkeerplaats

maegesho

station

kituo cha treni

sporen

reli

trein

garimoshi

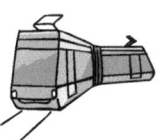

tram

tremu

wagon

gari la mizigo

helikopter

helikopta

luchthaven

uwanja wa ndege

toren

mnara

passagier

abiria

container

chombo

karton

katoni

kar

mkokoteni

mand

kikapu

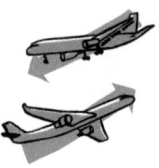

opstijgen / landen

ondoka

stad

jiji

dorp

kijiji

stadscentrum

katikati ya jiji

huis

nyumba

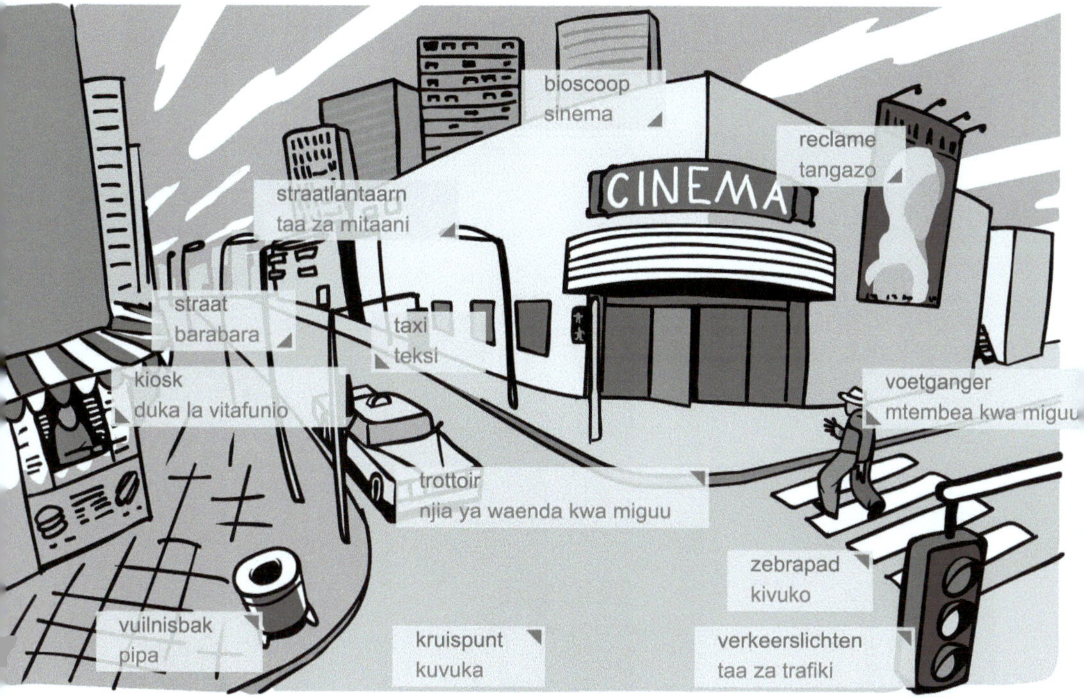

bioscoop
sinema

reclame
tangazo

straatlantaarn
taa za mitaani

CINEMA

straat
barabara

taxi
teksi

kiosk
duka la vitafunio

voetganger
mtembea kwa miguu

trottoir
njia ya waenda kwa miguu

zebrapad
kivuko

vuilnisbak
pipa

kruispunt
kuvuka

verkeerslichten
taa za trafiki

hut

kibanda

woning

gorofa

station

kituo cha treni

stadshuis

ukumbi wa mji

museum

Makavazi

school

shule

universiteit

chuo kikuu

bank

benki

ziekenhuis

hospitali

hotel

hoteli

apotheek

duka la dawa

kantoor

ofisi

boekwinkel

duka la kitabu

winkel

duka

bloemenwinkel

duka la maua

supermarkt

dukakuu

markt

soko

warenhuis

idara ya kuhifadhi

vishandelaar

mwuza samaki

winkelcentrum

kituo cha ununuzi

haven

bandari

park
Hifadhi

bank
benki

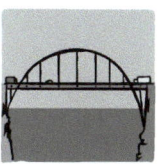

brug
daraja

trap
vidato

metro
chini ya ardhi

tunnel
handaki

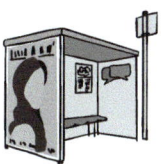

bushalte
kituo cha mabasi

bar
bar

restaurant
mgahawa

brievenbus
sanduku la posta

straatnaambord
ishara ya barabara

parkeermeter
mita ya maegesho

zoo
bustani ya wanyama

zwembad
kidimbwi cha kuogelea

moskee
msikiti

boerderij
shamba

milieuverontreiniging
uchafuzi

kerkhof
makaburini

kerk
kanisa

speelplaats
uwanja wa michezo

tempel
hekalu

landschap

mazingira

blad
jani

wegwijzer
ishara ya mwelekeo

weg
njia

weide
malisho

steen
jiwe

boom
mti

wandelaar
mtembeaji wa masafa

rivier
mto

gras
nyasi

bloem
ua

vallei
bonde

heuvel
kilima

meer
ziwa

bos
msitu

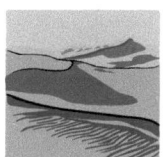

woestijn
jangwa

vulkaan
volkano

kasteel
ngome

regenboog
upinde wa mvua

paddenstoel
uyoga

palmboom
mtende

mug
mbu

vlieg
kuruka

mier
chungu

bijl
nyuki

spin
buibui

kever

mende

kikker

chura

eekhoorn

kuchakuro

egel

nungunungu

haas

sungura

uil

bundi

vogel

ndege

zwaan

swan

wild zwijn

nguruwe mwitu

hert

kulungu

eland

aina ya kongoni

dam

bwawa

windturbine

tabo ya upepo

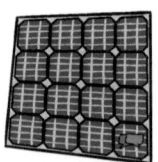

zonnepaneel

nishaji ya jua

klimaat

hali ya hewa

restaurant
mgahawa

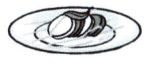

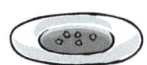

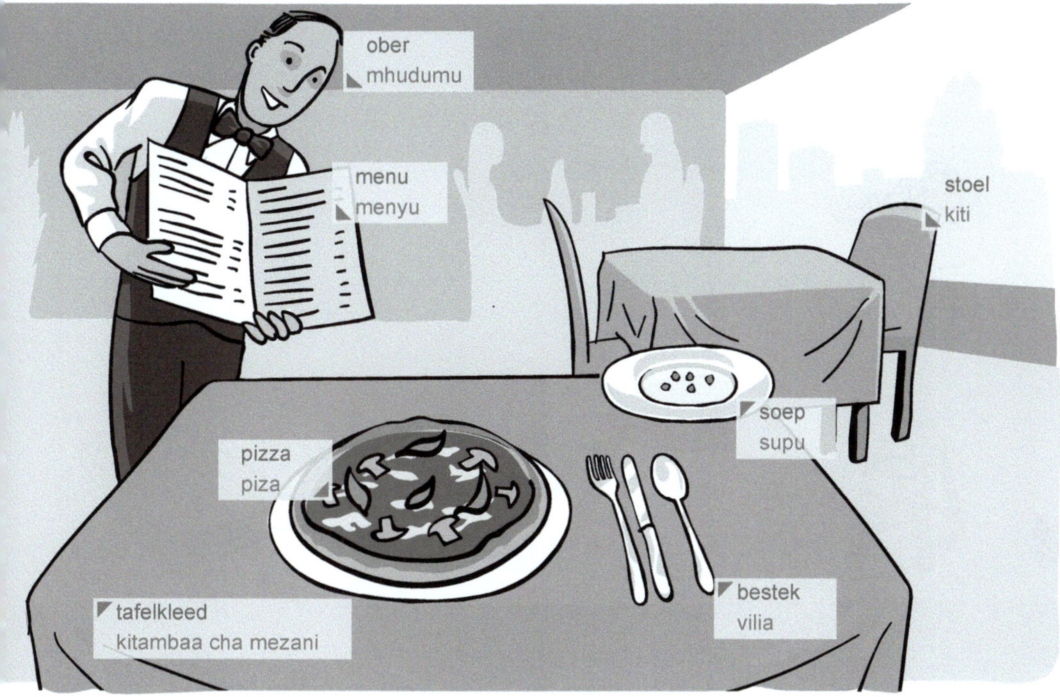
ober
mhudumu
menu
menyu
stoel
kiti
soep
supu
pizza
piza
tafelkleed
kitambaa cha mezani
bestek
vilia

voorgerecht
kiamsha hamu

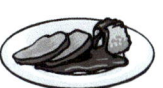

hoofdgerecht
kozi kuu

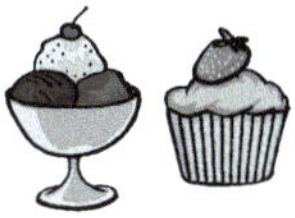

nagerecht
kitindamlo

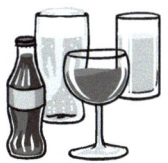

drankjes
vinywaji

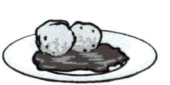

eten
chakula

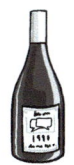

fles
chupa

fastfood

chakula cha haraka

street food

Streetfood

theepot

buli

suikerpot

kisanduku cha sukari

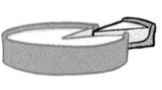

portie

sehemu

espressomachine

mashine ya espresso

kinderstoel

kiti kirefu

rekening

muswada

dienblad

trei

mes

kisu

vork

uma

lepel

kijiko

theelepel

kijiko cha chai

serviette

nepi

glas

glasi

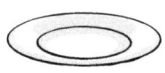

bord

sahani

soepbord

sahani ya supu

schoteltje

sufuria

saus

mchuzi

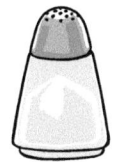

zoutvatje

kichanyaji chumvi

pepermolen

kinu cha pilipili

azijn

siki

olie

mafuta

kruiden

viungo

ketchup

kechapu

mosterd

haradali

mayonaise

kachumbari nzito

supermarkt
dukakuu

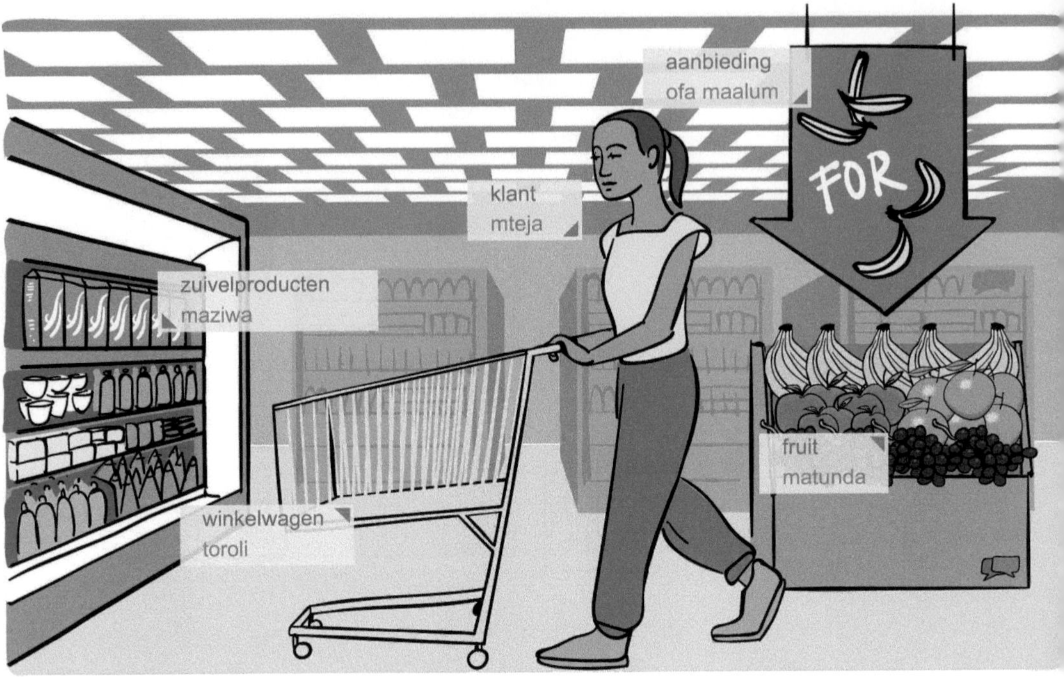

aanbieding
ofa maalum
klant
mteja
FOR
zuivelproducten
maziwa
fruit
matunda
winkelwagen
toroli

BUTCHERS

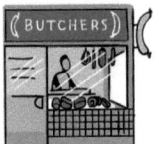

slagerij

mchinjaji

BAKERY

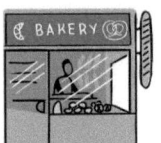

bakkerij

mwokaji

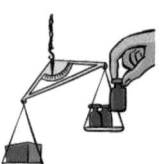

wegen

uzito

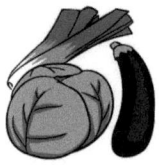

groenten

mboga

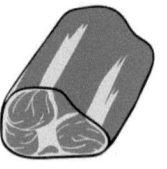

vlees

nyama

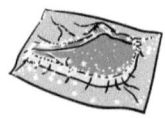

diepvriesvoedsel

chakula waliohifadhiwa

charcuterie

vipande vya nyama baridi

conserven

chakula cha kopo

waspoeder

sabuni ya unga

snoep

pipi

huishoudproducten

bidhaa za kaya

schoonmaakproducten

bidhaa za kusafisha

verkoopster

mtu mauzo

kassa

mpaka

kassier

keshia

boodschappenlijstje

orodha ya manunuzi

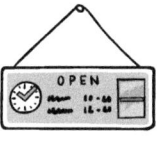

openingstijden

masaa ya ufunguzi

portefeuille

mkoba

kredietkaart

kadi

tas

mfuko

plastieken zakje

mfuko wa plastiki

water

maji

sap

sharubati

melk

maziwa

cola

coke

wijn

mvinyo

bier

bia

alcohol

pombe

cacao

kakao

thee

chai

koffie

kahawa

espresso

spreso

cappuccino

kapuchino

banaan

ndizi

appel

tufaha

sinaasappel

machungwa

meloen

tikiti

citroen

lemon

wortel

karoti

knoflook

kitunguu saumu

bamboe

mianzi

ajuin

kitunguu

champignon

uyoga

noten

karanga

noodles

nudo

spaghetti

spageti

rijst

mpunga

salade

saladi

frieten

vibanzi

gebakken aardappelen

viazi vya kukaanga

pizza

piza

hamburger

hambaga

sandwich

sandwichi

kalfslapje

kipande

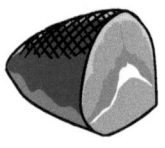

ham

paja la mnyama

salami

salami

worst

soseji

kip

kuku

braden

choma

vis

samaki

havervlokken

oats ya uji

muesli

muesli

cornflakes

cornflakes

bloem

unga

croissant

kroisanti

pistolet

andazi

brood

mkate

toast

mkate wa kubanika

koekjes

biskuti

boter

siagi

kwark

maziwa mgando

taart

keki

ei

yai

spiegelei

yai kukaanga

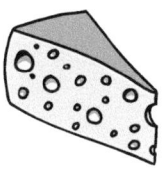

kaas

jibini

ijs

aiskrimu

suiker

sukari

honing

asali

confituur

jemu

choco

kuenea kwa chokoleti

curry

mchuzi wa viungo

boerderij
shamba

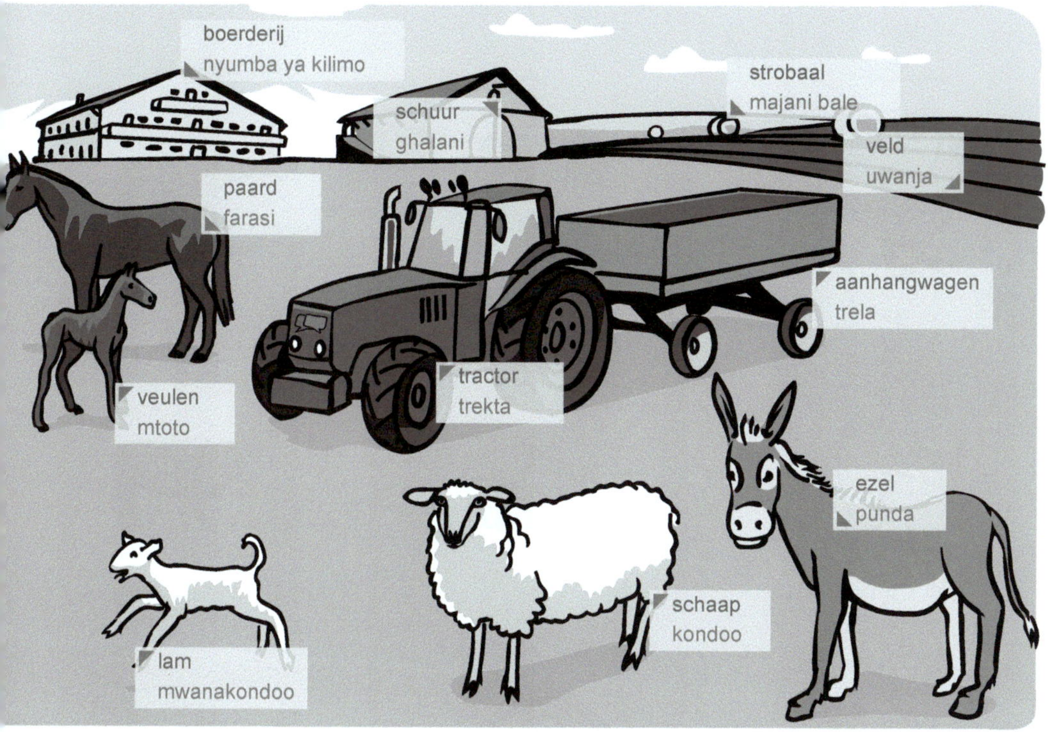
boerderij
nyumba ya kilimo
schuur
ghalani
strobaal
majani bale
veld
uwanja
paard
farasi
aanhangwagen
trela
tractor
trekta
veulen
mtoto
ezel
punda
schaap
kondoo
lam
mwanakondoo

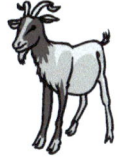

geit
mbuzi

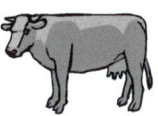

koe
ng'ombe

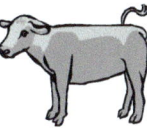

kalf
ndama

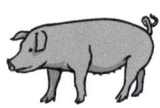

varken
nguruwe

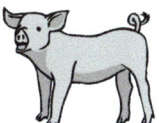

biggetje
mwananguruwe

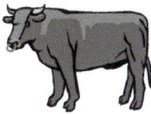

stier
fahali

gans
batabukini

eend
bata

kuiken
kifaranga

kip
kuku

haan
jogoo

rat
panya

kat
paka

muis
panya

os
ng'ombe

hond
mbwa

hondenhok
nyumba ya mbwa

tuinslang
bomba la bustani

gieter
debe la kumwagilia maji

zeis
fyekeo

ploeg
kulima

sikkel

mundu

schoffel

jembe

hooivork

uma wa nyasi

bijl

shoka

kruiwagen

toroli

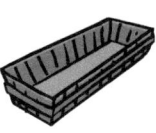

trog

kupitia nyimbo

melkkan

chombo cha maziwa

zak

gunia

hek

ua

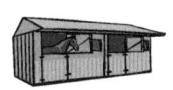

stal

imara

broeikas

chafu

bodem

udongo

zaad

mbegu

mest

mbolea

maaidorser

kivunaji

oogsten

mavuno

oogst

mavuno

yam

viazi vikuu

tarwe

ngano

soja

soya

aardappel

viazi

maïs

mahindi

koolzaad

rapa

fruitboom

mti wa matunda

maniok

muhogo

graan

nafaka

huis

nyumba

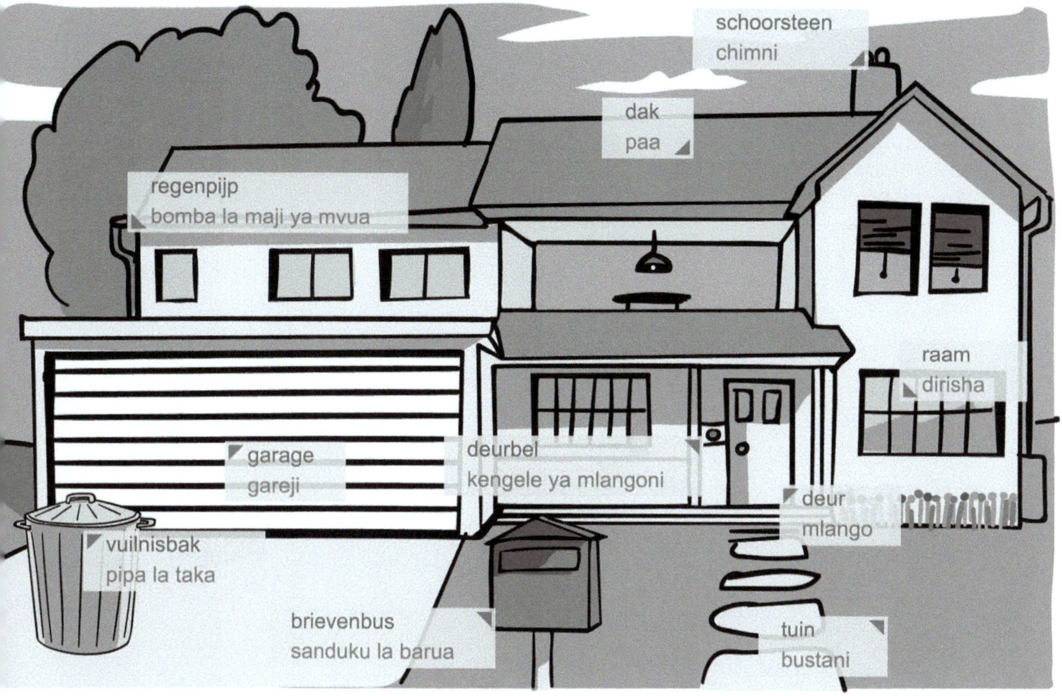

schoorsteen
chimni
dak
paa
regenpijp
bomba la maji ya mvua
raam
dirisha
garage
gareji
deurbel
kengele ya mlangoni
deur
mlango
vuilnisbak
pipa la taka
brievenbus
sanduku la barua
tuin
bustani

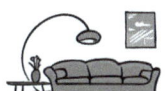

woonkamer

sebuleni

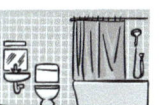

badkamer

bafu

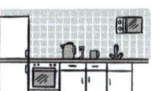

keuken

jikoni

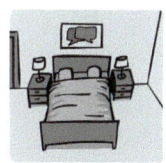

slaapkamer

chumba cha kulala

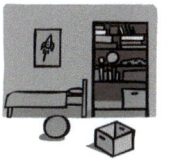

kinderkamer

chumba ya mtoto

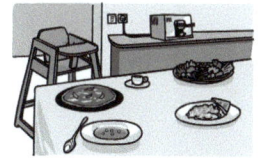

eetkamer

chumba cha kulia

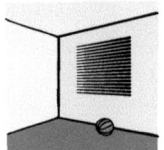

vloer

sakafu

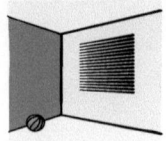

muur

ukuta

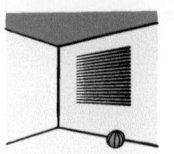

plafond

dari

kelder

pishi

sauna

sauna

balkon

roshani

terras

mtaro

zwembad

kidimbwi

grasmaaier

mashine ya kukata nyasi

dekbedovertrek

karatasi

dekbed

kitambaa cha kupamba
kitanda

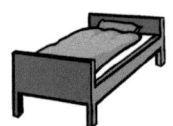

bed

kitanda

bezem

ufagio

emmer

ndoo

schakelaar

kubadili

woonkamer
sebuleni

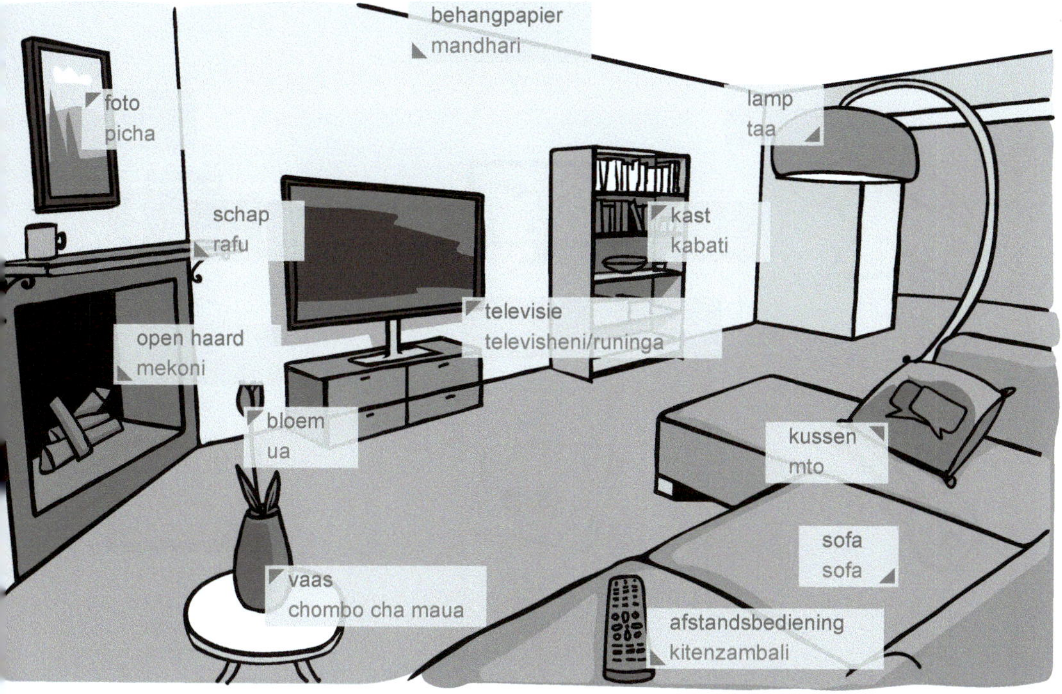
behangpapier
mandhari
foto
picha
lamp
taa
schap
rafu
kast
kabati
televisie
televisheni/runinga
open haard
mekoni
bloem
ua
kussen
mto
sofa
sofa
vaas
chombo cha maua
afstandsbediening
kitenzambali

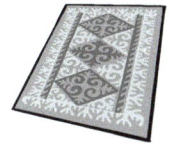

mat
zulia

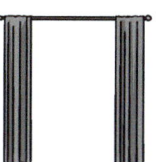

gordijn
pazia

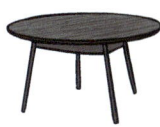

tafel
meza

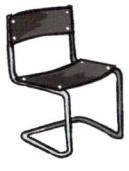

stoel
kiti

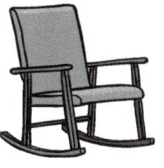

schommelstoel
kiti cha bembea

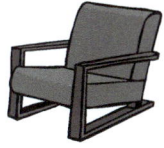

fauteuil
armchair

boek

kitabu

deken

blanketi

decoratie

mapambo

brandhout

kuni

film

filamu

stereo-installatie

kifaa cha hi-fi

sleutel

ufunguo

krant

gazeti

schilderij

uchoraji

poster

bango

radio

redio

notitieboekje

daftari

stofzuiger

kifyonza

cactus

dungusi kakati

kaars

mshumaa

keuken

jikoni

koelkast
jokofu
microgolfoven
kikanza
keukenweegschaal
wadogo jikoni
broodrooster
kibaniko
afwasmiddel
sabuni
oven
stovu
vriesvak
friza
vuilnisbak
pipa la taka
vaatwasmachine
mashine ya kuoshea vyombo

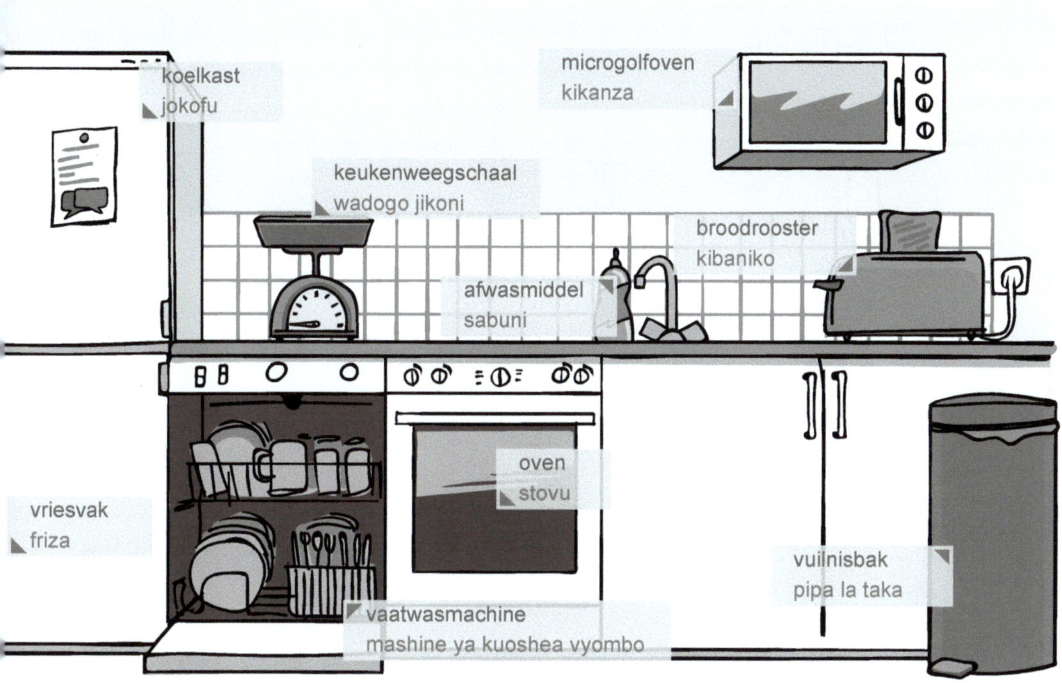

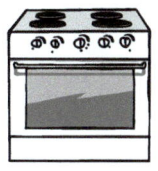

fornuis

jiko la kupika

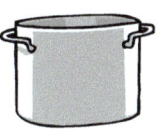

pot

chungu

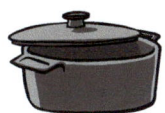

gietijzeren pot

sufuria ya chuma

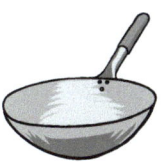

wok / kadai

wok / kadai

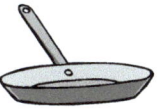

pan

kaango

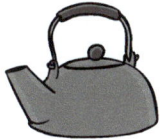

waterkoker

birika

stoomkoker

stima

bakplaat

sinia ya kuoka

servies

vyombo vya udongo

mok

kombe

kom

bakuli

eetstokjes

vijiti vya kulia

pollepel

ukawa

spatel

mwiko mpana

garde

burashi

vergiet

kichujio

zeef

chujio

rasp

mbuzi

mortier

chokaa

barbecue

barbeque

haardvuur

moto wazi

snijplank

ubao wa majaribio

deegrol

kijiti cha kusukuma unga

kurkentrekker

kizibuo

blik

kopo

blikopener

inaweza kopo

pannenlap

kishikio cha chungu

gootsteen

karo

borstel

brashi

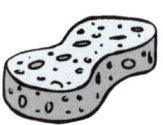

spons

sifongo

blender

kisagaji matunda

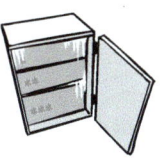

vriezer

friji ya kina

papfles

chupa ya mtoto

kraan

bomba

badkamer

bafu

douche
mfereji wa kuogea
verwarming
joto
handdoek
taulo
douchegordijn
pazia la kuogea
bubbelbad
maji ya kuoga yenye povu
badkuip
hodhi
glas
glasi
wasmachine
mashine ya kuosha
kraan
bomba
tegels
vigae
kinderpo
poti
gootsteen
karo

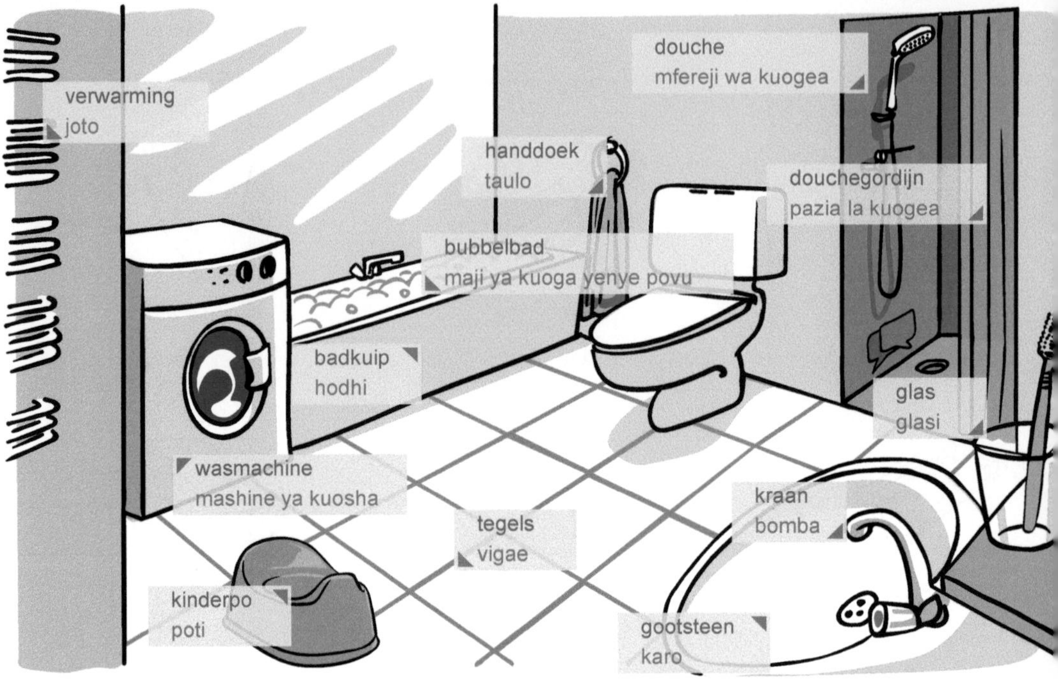

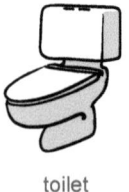

toilet

choo

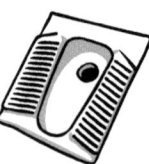

hurktoilet

choo cha squat

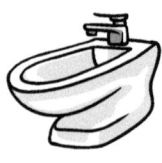

bidet

beseni la mviringo

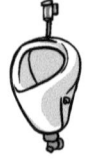

urinoir

choo cha umma

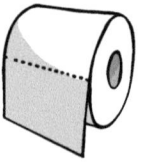

toiletpapier

shashi

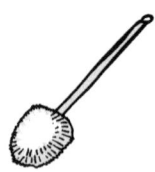

toiletborstel

brashi ya choo

tandenborstel

mswaki

tandpasta

dawa ya meno

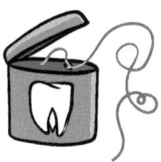

flosdraad

dawa ya meno

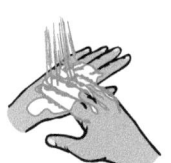

wassen

safisha

handdouche

kuoga mkono

bidethanddouche

msukumo wa maji

waskom

bonde

rugborstel

mpako wa pili

zeep

sabuni

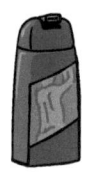

douchegel

jeli ya kuogea

shampoo

shampuu

washandje

flana

afvoer

toa maji

crème

krimu

deodorant

kiondoa harufu

spiegel

kioo

handspiegel

kioo mkono

scheermes

kinyozi

scheerschuim

povu la kunyoa

aftershave

baada ya kunyoa

kam

kichana

borstel

brashi

haardroger

kikausha nywele

haarlak

marashi ya nyewele

make-up

vipodozi

lippenstift

kidomwa

nagellak

varnish ya msumari

watten

pamba

nagelknipper

mkasi wa kucha

parfum

manukato

toilettas

mkoba wa kuosha

kruk

kinyesi

weegschaal

mizani

badjas

nguo ya kuoga

latex handschoenen

glavu za mpira

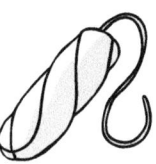

tampon

kisodo

maandverband

sodo

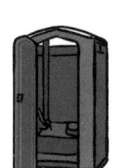

chemisch toilet

kemikali choo

kinderkamer
chumba ya mtoto

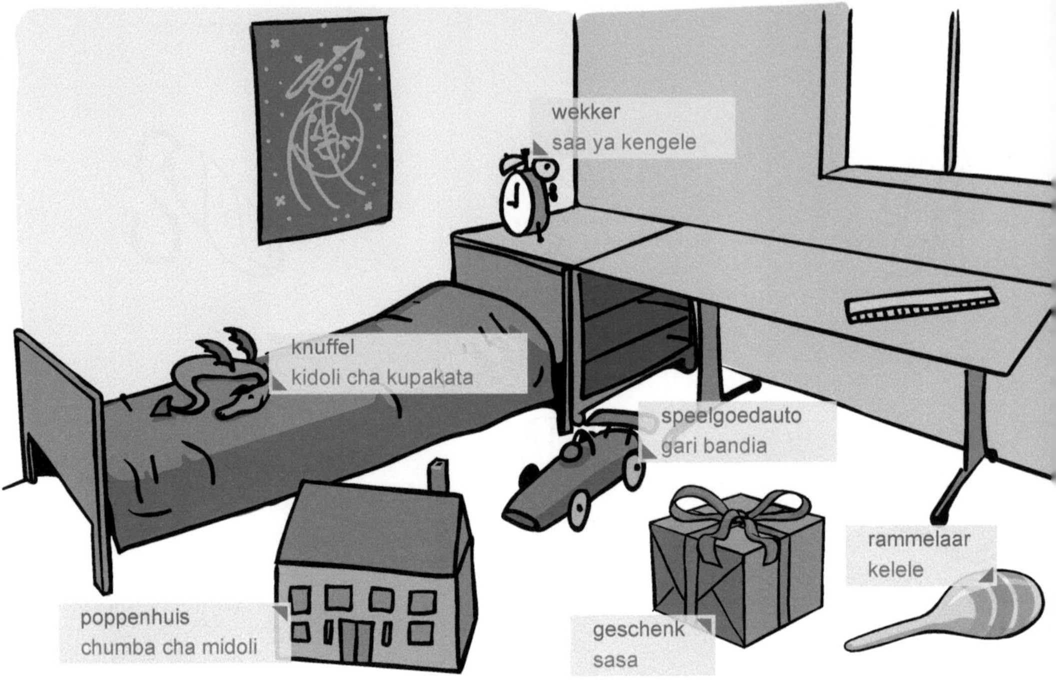
wekker
saa ya kengele
knuffel
kidoli cha kupakata
speelgoedauto
gari bandia
rammelaar
kelele
poppenhuis
chumba cha midoli
geschenk
sasa

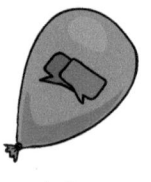

ballon

baluni

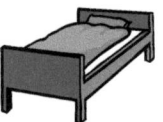

bed

kitanda

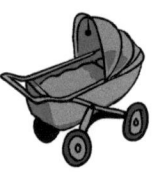

kinderwagen

mashua

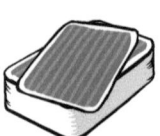

spel kaarten

staha ya kadi

puzzel

mchezo-fumb

SUPER
MEGA

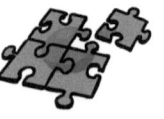

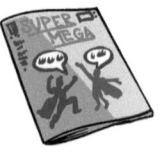

stripboek

vichekesho

legoblokjes

matofali lego

blokken

vitalu mwigo

actiefiguur

hatua takwimu

kruippakje

suti ya kulalia

frisbee

kisahani

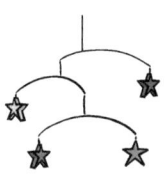

mobiel

simu

bordspel

ubao wa michezo

dobbelsteen

kete

modelspoorweg

garimoshi mwigo

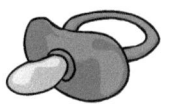

fopspeen

dummy

feest

chama

prentenboek

picha kitabu

bal

mpira

pop

kikaragosi

spelen

kucheza

zandbak

shimo la mchanga

schommel

bembea

speelgoed

vitu bandia

spelconsole

kiweko cha video ya mchezo

driewieler

baiskeli ya magurudumu matatu

knuffelbeer

mwanasesere

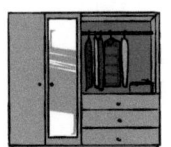

kleerkast

kabati

kleding

nguo

sokken

soksi

kousen

stokingi

maillot

kibano

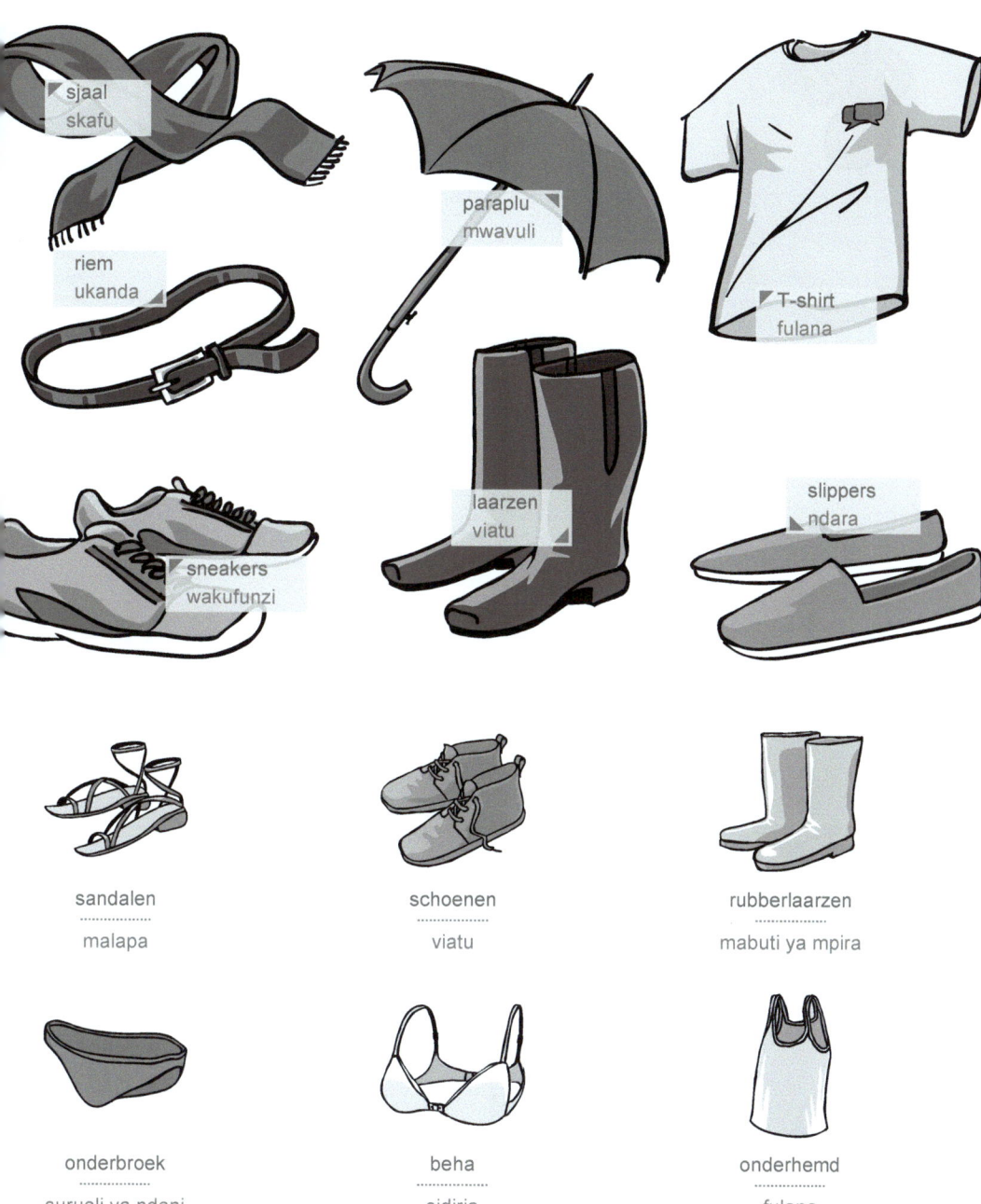

sjaal
skafu

paraplu
mwavuli

T-shirt
fulana

riem
ukanda

laarzen
viatu

slippers
ndara

sneakers
wakufunzi

sandalen
malapa

schoenen
viatu

rubberlaarzen
mabuti ya mpira

onderbroek
suruali ya ndani

beha
sidiria

onderhemd
fulana

kleding - nguo

45

lichaam
mwili

broek
suruali

jeans
dangirizi

rok
sketi

blouse
blauzi

hemd
shati

trui
vuta

capuchontrui
sweta

blazer
bleza

jas
jaketi

jas
koti

regenjas
koti la mvua

kostuum
maleba

jurk
gauni

trouwjurk
mavazi ya harusi

pak

suti

nachthemd

vazi la usiku

pyjama

pajama

sari

sari

hoofddoek

skafu

tulband

kilemba

boerka

burka

kaftan

kaftan

abaya

abaya

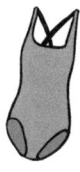

badpak

vazi la kuogelea

zwembroek

vazi la kiume la kuogelea

short

kaptura

trainingspak

teitei

schort

aproni

handschoenen

glavu

knoop

kifungo

bril

glasi

armband

bangili

ketting

mkufu

ring

pete

oorbel

herini

pet

kofia

kapstok

kiango cha koti

hoed

kofia

das

tai

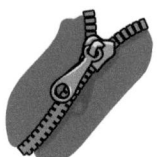

rits

zipu

helm

kofia

bretellen

kanda za suruali

schooluniform

sare za shule

uniform

sare

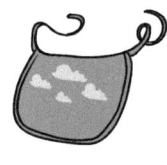

slabbetje

bibu

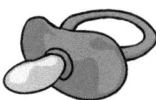

fopspeen

dummy

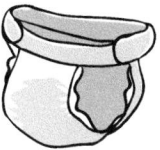

luier

nepi

kantoor

ofisi

server
seva
dossierkast
kabati la kuweka faili
papier
karatasi
printer
kichapishaji
monitor
kiwambo
bureau
dawati
muis
kipanya
map
folda
toestenbord
kibodi
mand
cha kuweka karatasi chafu
stoel
kiti
computer
kompyuta

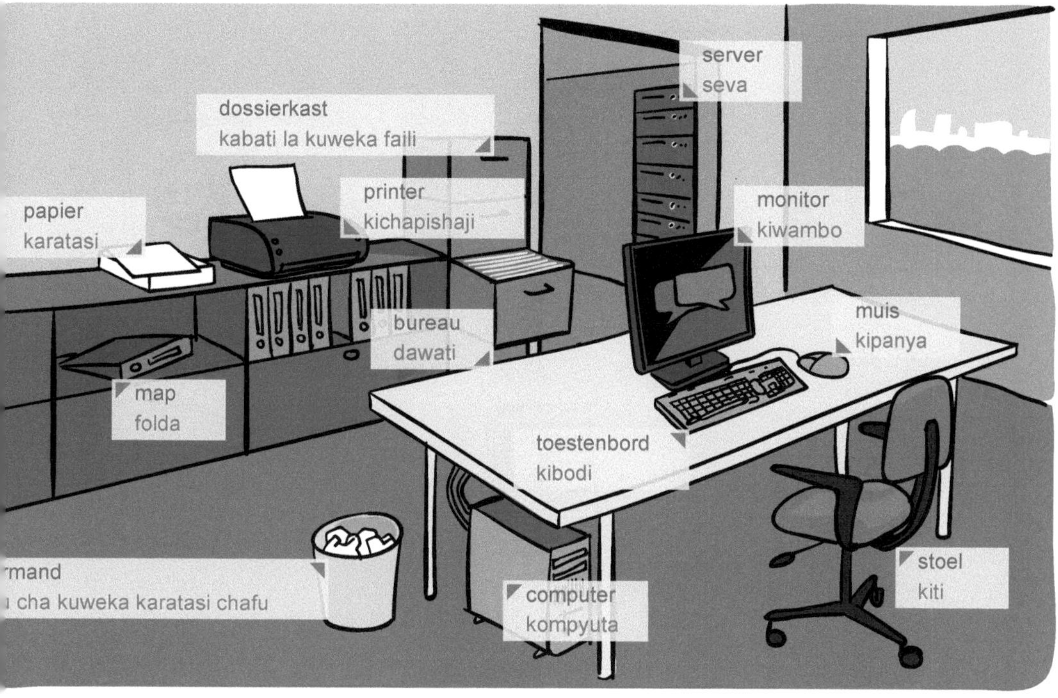

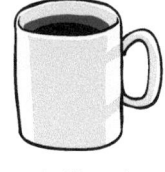

koffiemok

kmobe la kahawa

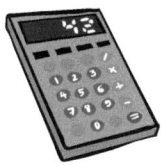

rekenmachine

kikokotoo

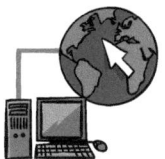

internet

biashara

laptop

mbali

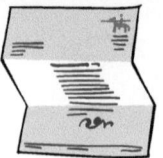

brief

barua

bericht

ujumbe

gsm

rununu

netwerk

intaneti

kopieerapparaat

fotokopia

software

programu

telefoon

simu

stopcontact

soketi

fax

kipepesi

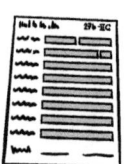

formulier

fomu

document

hati

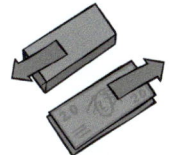

kopen

kununua

betalen

kulipa

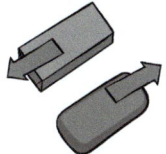

handelen

biashara

geld

fedha

dollar

dola

euro

yuro

yen

yeni

roebel

rouble

Zwitserse frank

faranga ya Uswisi

Chinese renminbi

renminbi yuan

roepie

rupia

geldautomaat

eneo la kulipia

wisselkantoor

ofisi ya ubadilishanaji

goud

dhahabu

zilver

fedha

olie

mafuta

energie

nishati

prijs

bei

contract

mkataba

belasting

kodi

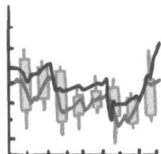

aandeel

bidhaa

werken

kazi

werknemer

mfanyakazi

werkgever

mwajiri

fabriek

kiwanda

winkel

duka

beroepen
kazi

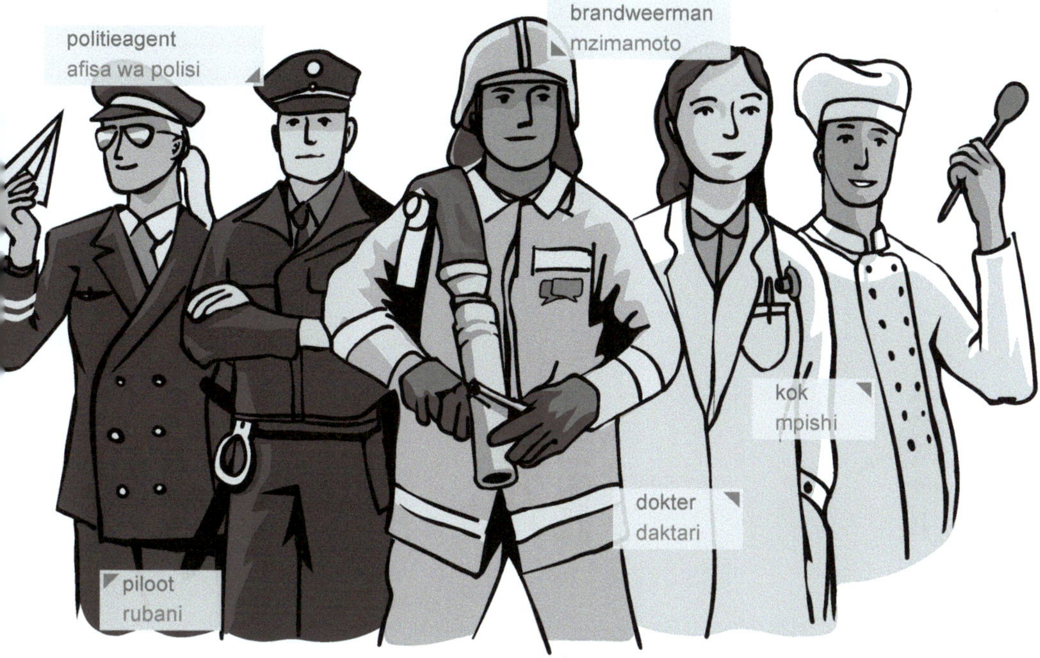
politieagent
afisa wa polisi
brandweerman
mzimamoto
kok
mpishi
dokter
daktari
piloot
rubani

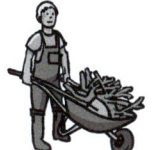

tuinman

mtunza bustani

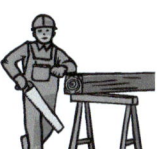

timmerman

seremala

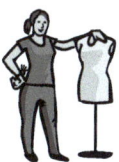

naaister

mshonaji

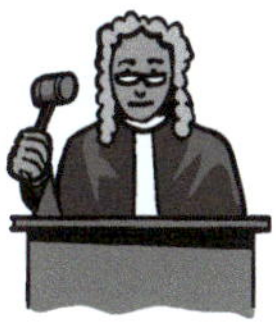

rechter

hakimu

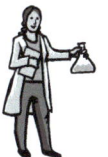

chemicus

mwanakemia

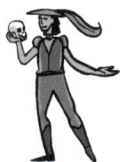

acteur

muigizaji

buschauffeur
dereva wa basi

taxichauffeur
dereva wa teksi

visser
mvuvi

schoonmaakster
mwanamke wa kusafisha

dakdekker
mwezekaji

ober
mhudumu

jager
mwindaji

schilder
mchoraji

bakker
mwokaji

elektricien
umeme

bouwvakker
mjenzi

ingenieur
mhandisi

slager
mchinjaji

loodgieter
fundi bomba

postbode
mwanaposta

soldaat

mwanajeshi

architect

msanifu majengo

kassier

keshia

bloemist

muuza maua

kapper

msusi

conducteur

kondakta

mecanicien

mekanika

kapitein

nahodha

tandarts

daktari wa meno

wetenschapper

mwanasayansi

rabbijn

rabbi

imam

imamu

monnik

mtawa

geestelijke

kasisi

werktuigen

zana

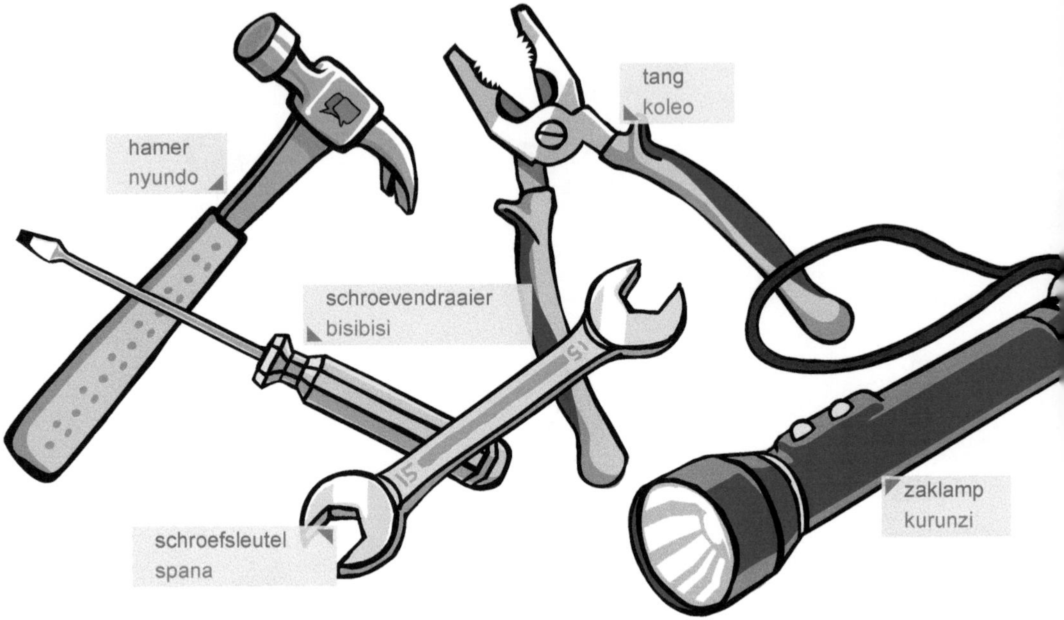
hamer
nyundo
tang
koleo
schroevendraaier
bisibisi
schroefsleutel
spana
zaklamp
kurunzi

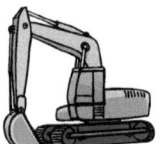

graafmachine

mchimbaji

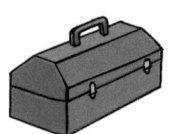

gereedschapskoffer

sanduku la vifaa

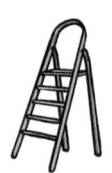

ladder

ngazi

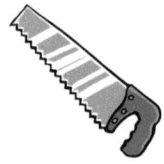

zaag

msumeno

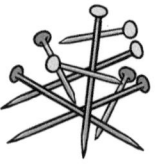

spijkers

misumari

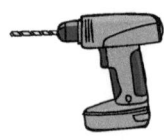

boormachine

kuchimba visima

repareren

kukarabati

schop

sepetu

Verdomme!

Lo!

blik

kishikio cha uchafu

verfpot

chungu cha rangi

schroeven

skurubu

muziekinstrumenten
ala za muziki

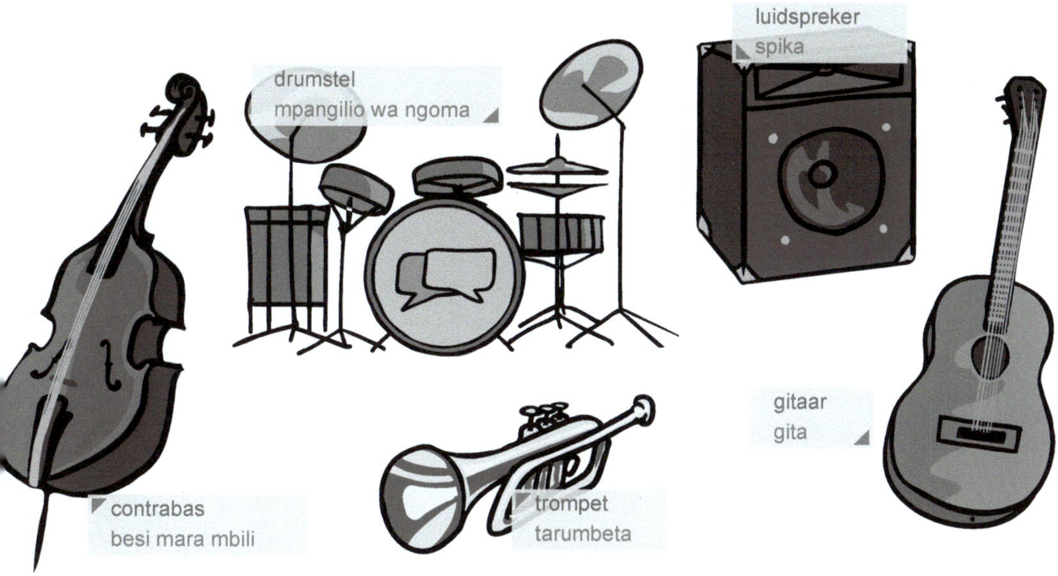

drumstel
mpangilio wa ngoma

luidspreker
spika

gitaar
gita

contrabas
besi mara mbili

trompet
tarumbeta

piano

piano

viool

fidla

basgitaar

ubeji

pauk

timpani

trommels

ngoma

keyboard

kibodi

saxofoon

saksafoni

fluit

filimbi

microfoon

maikrofoni

ZOO

bustani ya wanyama

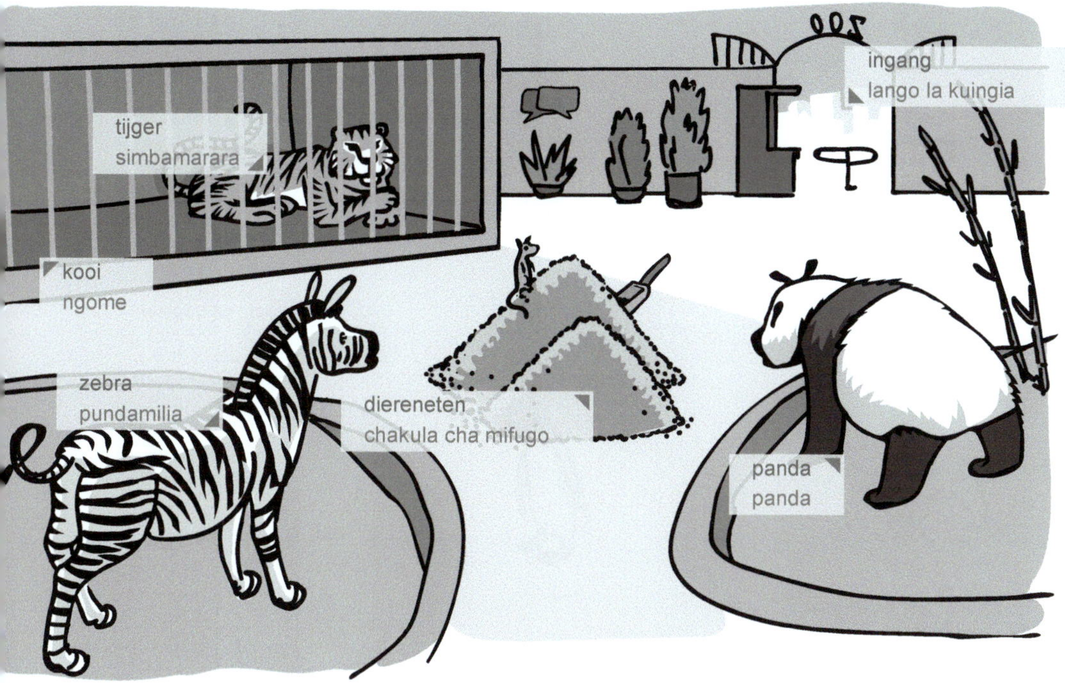

ingang
lango la kuingia
tijger
simbamarara
kooi
ngome
zebra
pundamilia
diereneten
chakula cha mifugo
panda
panda

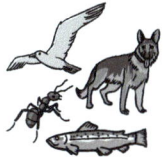

dieren

wanyama

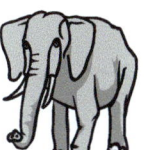

olifant

tembo

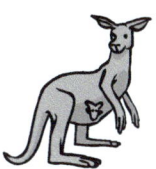

kangoeroe

kangaruu

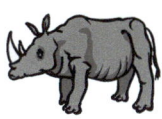

neushoorn

kifaru

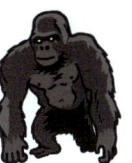

gorilla

sokwe

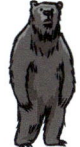

beer

dubu

kameel

ngamia

struisvogel

mbuni

leeuw

simba

aap

tumbili

flamingo

heroe

papegaai

kasuku

ijsbeer

dubu

pinguïn

penguini

haai

papa

pauw

tausi

slang

nyoka

krokodil

mamba

dierenverzorger

mtunza wanyama

zeehond

muhuri

jaguar

jaguar

pony
mwanafarasi

luipaard
chui

nijlpaard
kiboko

giraffe
twiga

adelaar
tai

wild zwijn
nguruwe mwitu

vis
samaki

zeeschildpad
kobe

walrus
sili

vos
mbweha

gazelle
paa

rugby
soka ya marekani

wielrennen
uendeshaji baiskeli

tennis
tenisi

basketbal
mpira wa kikapu

zwemmen
kuogelea

boksen
ndondi

ijshockey
magongo ya barafuni

voetbal

soka

badminton

vinyoya

atletiek

riadha

handbal

mpira wa mikono

skiën

skii

polo

polo

activiteiten
shughuli

lachen
cheka
springen
kuruka
knuffelen
kumbatia
wandelen
kutembea
zingen
kuimba
dromen
ota ndoto
bidden
kuomba
kussen
busu

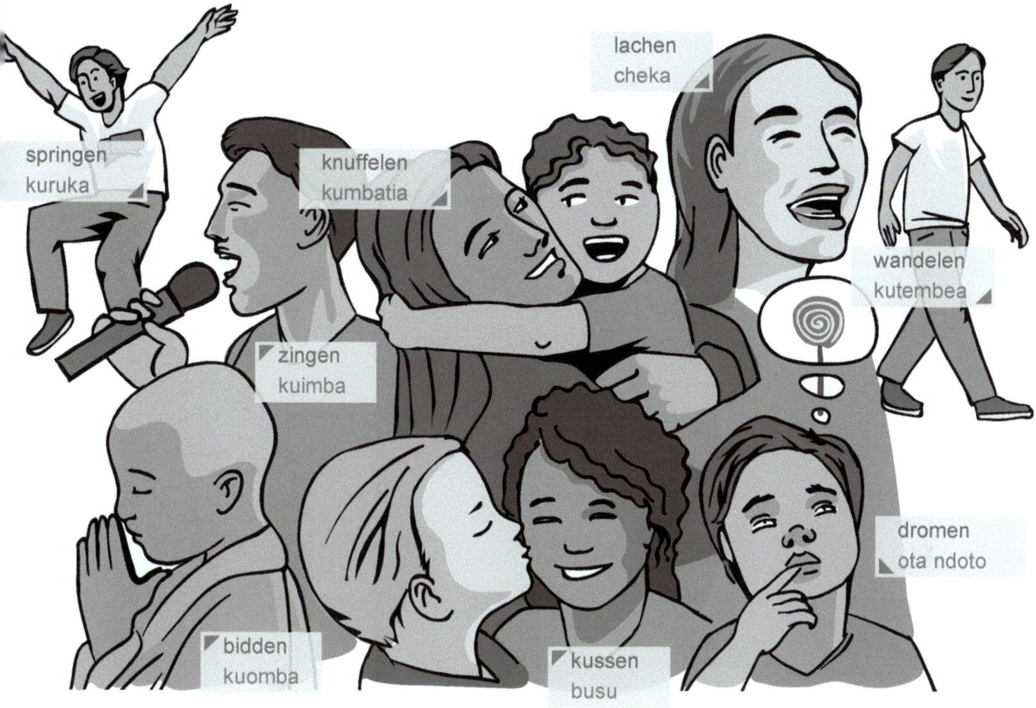

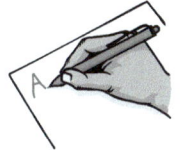

schrijven

kuandika

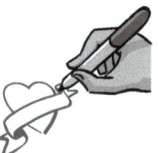

tekenen

kuteka

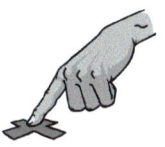

tonen

angalia

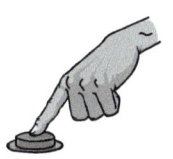

duwen

sukuma

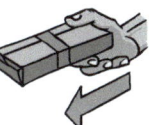

geven

kutoa

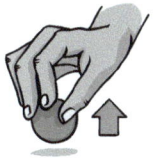

nemen

kuchukua

hebben

kuwa

doen

fanya

zijn

kuwa

staan

kusimama

lopen

kukimbia

trekken

vuta

gooien

kutupa

vallen

kuanguka

liggen

hadaa

wachten

kusubiri

dragen

kubeba

zitten

kukaa

aankleden

vaa nguo

slapen

usingizi

ontwaken

kuamka

kijken naar
kuangalia

wenen
lia

aaien
kiharusi

kammen
chana nywele

praten
ongea

begrijpen
kuelewa

vragen
kuuliza

luisteren
kusikiliza

drinken
kunywa

eten
kula

opruimen
nadhifisha

houden van
upendo

koken
mpishi

rijden
gari

vliegen
kuruka

zeilen

meli

rekenen

kokotoa

Lezen

kusoma

leren

kujifunza

werken

kazi

trouwen

kuoa

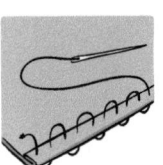

naaien

kushona

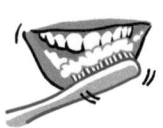

tandenpoetsen

piga mswaki

doden

kuua

roken

moshi

sturen

kutuma

familie
familia

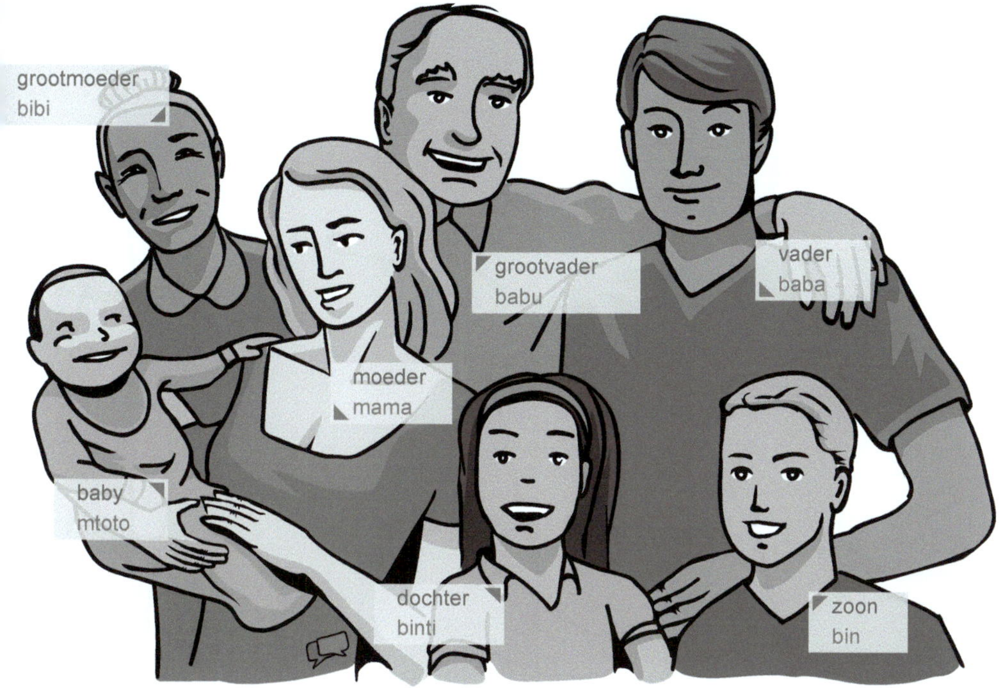

grootmoeder
bibi
grootvader
babu
vader
baba
moeder
mama
baby
mtoto
dochter
binti
zoon
bin

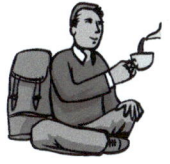

gast
mgeni

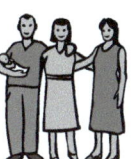

tante
shangazi

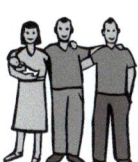

oom
mjomba

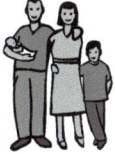

broer
kaka

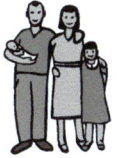

zus
dada

lichaam

mwili

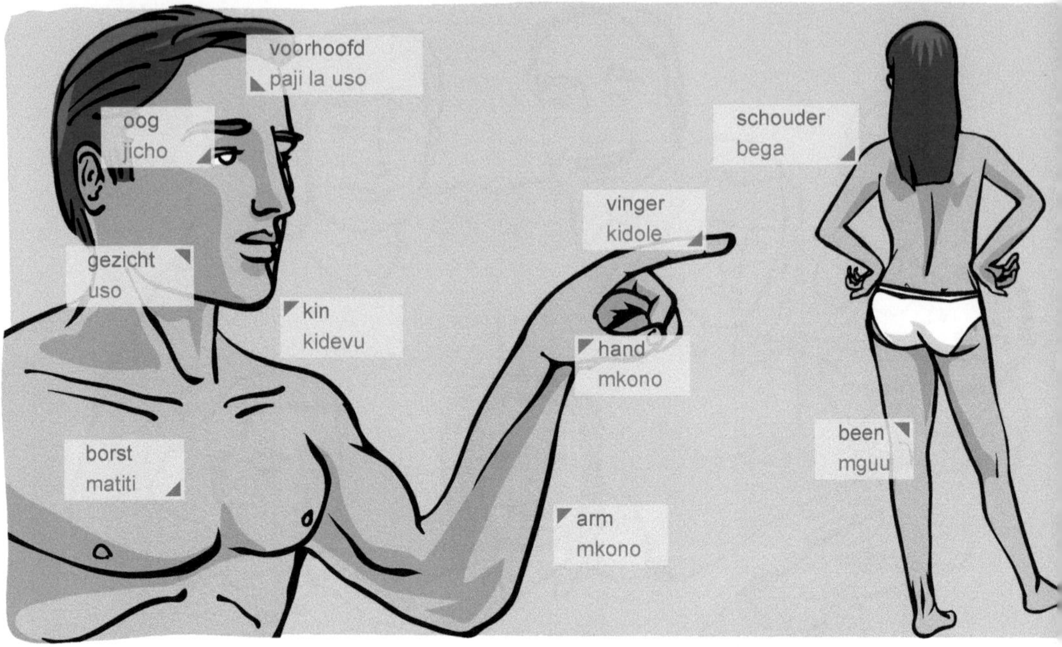

voorhoofd
paji la uso

oog
jicho

schouder
bega

vinger
kidole

gezicht
uso

kin
kidevu

hand
mkono

borst
matiti

been
mguu

arm
mkono

baby

mtoto

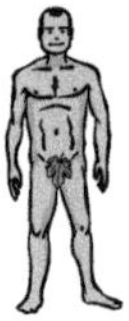

man

mwanamume

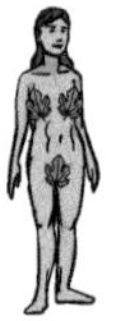

vrouw

mwanamke

meisje

msichana

jongen

mvulana

hoofd

kichwa

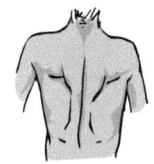

rug
nyuma

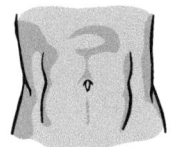

buik
tumbo

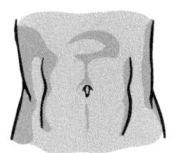

navel
kitovu

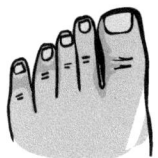

teen
chano

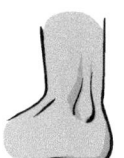

hiel
kisigino

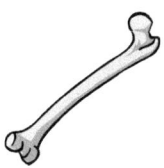

bot
mfupa

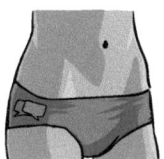

heup
nyonga

knie
goti

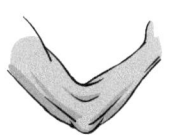

elleboog
kiwiko

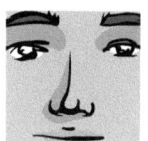

neus
pua

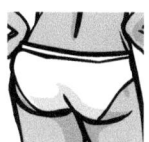

zitvlak
chini

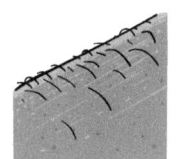

huid
ngozi

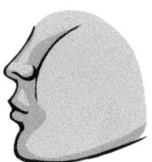

wang
shavu

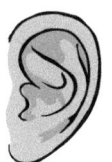

oor
sikio

lip
mdomo

mond
kinywa

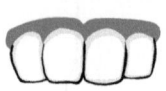

tand
jino

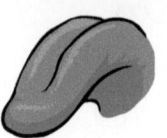

tong
ulimi

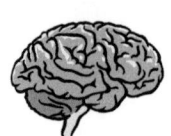

hersenen
ubongo

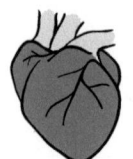

hart
moyo

spier
misuli

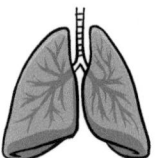

long
pafu

lever
ini

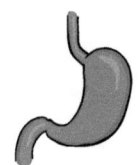

maag
tumbo

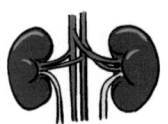

nieren
figo

seks
jinsia

condoom
kondomu

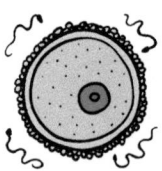

eicel
ovari

sperma
shahawa

zwangerschap
mimba

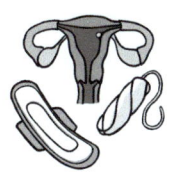

menstruatie
hedhi

vagina
uke

penis
uume

wenkbrauw
unyusi

haar
nywele

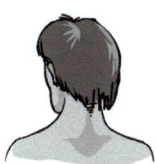

nek
shingo

ziekenhuis
hospitali

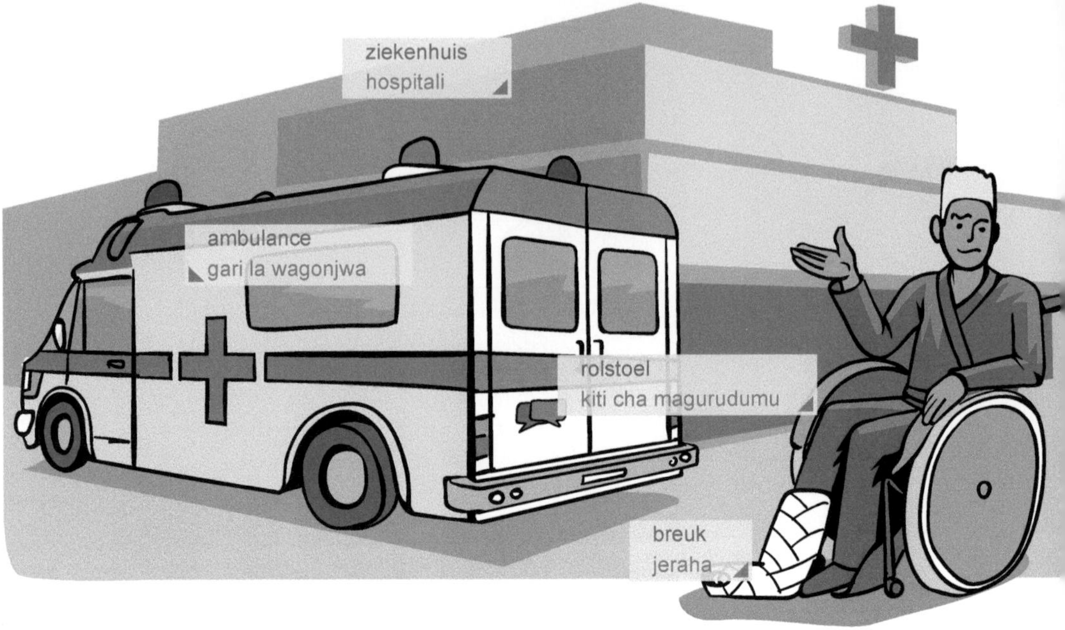

ziekenhuis
hospitali
ambulance
gari la wagonjwa
rolstoel
kiti cha magurudumu
breuk
jeraha

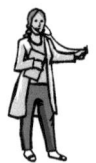

dokter

daktari

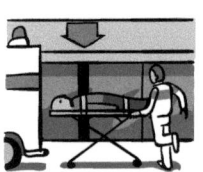

spoed

chumba cha dharura

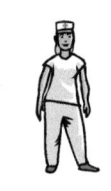

verpleegkundige

muuguzi

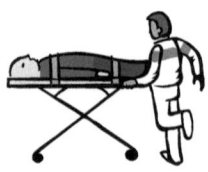

noodgeval

dharura

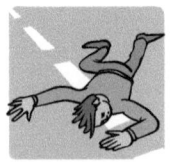

bewusteloos

kupoteza fahamu

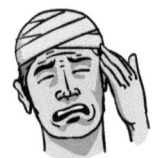

pijn

maumivu

verwonding

kuumia

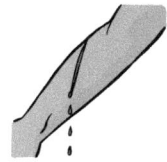

bloeding

kutokwa na damu

hartaanval

mshtuko wa moyo

beroerte

kiharusi

allergie

mzio

hoest

kikohozi

koorts

homa

griep

mafua

diarree

kuharisha

hoofdpijn

maumivu ya kichwa

kanker

kansa

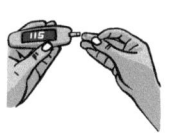

diabetes

ugonjwa wa kisukari

chirurg

daktari mpasuaji

scalpel

kisu kidogo cha kupasulia

operatie

operesheni

CT

picha changanufu ya mwili

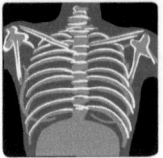

röntgenstraal

Eksrei

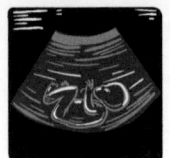

ultrageluid

mawimbi sauti

gezichtsmasker

barakoa ya uso

ziekte

ugonjwa

wachtkamer

chumba cha kusubiri

kruk

mkongojo

pleister

plasta

verband

bendeji

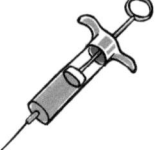

injectie

sindano

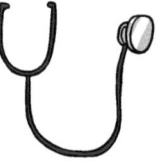

stethoscoop

stetoskopu

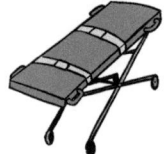

brancard

machela

thermometer

kipimajoto cha kliniki

geboorte

kuzaliwa

overgewicht

unene kupita kiasi

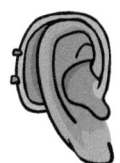

hoorapparaat

kusikia misaada

ontsmettingsmiddel

kipukusi

infectie

maambukizi

virus

virusi

HIV / AIDS

VVU / UKIMWI

medicijn

dawa

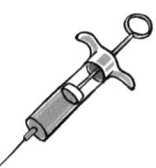

vaccinatie

chanjo

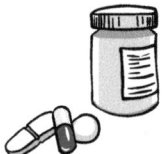

tabletten

vidonge

pil

kidonge

noodoproep

simu ya dharura

bloeddrukmeter

haemodainamometa

ziek / gezond

mgonjwa / mwenye afya

Help!	alarm	overval
Msaada!	kengele	pigo

aanval	gevaar	nooduitgang
shambulizi	hatari	lango la dharura

Brand!	brandblusser	ongeval
Moto!	kizima moto	ajali
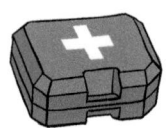		
EHBO-kit	SOS	politie
vifaa vya huduma ya kwanza	wito wa msaada	polisi

Europa

Ulaya

Noord-Amerika

Amerika ya Kaskazini

Zuid-Amerika

Amerika ya Kusini

Afrika

Afrika

Azië

Asia

Australië

Australia

Atlantische Oceaan

Atlantiki

Stille Oceaan

Pasifiki

Indische Oceaan

Bahari ya Hindi

Antarctische Oceaan

Bahari ya Antaktiki

Arctische Oceaan

Bahari ya Aktiki

Noordpool

Ncha ya Kaskazini

Zuidpool

Ncha ya Kusini

Antarctica

Antaktika

aarde

dunia

land

nchi

zee

bahari

eiland

kisiwa

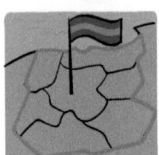

natie

taifa

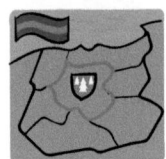

staat

jimbo

wijzerplaat

uso wa saa

uurwijzer

akrabu ya saa

minuutwijzer

akrabu ya dakika

secondewijzer

akrabu ya sekunde

Hoe laat is het?

Ni saa ngapi?

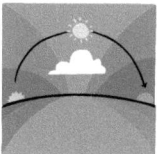

dag

siku

tijd

wakati

nu

sasa

digitale horloge

saa ya dijitali

minuut

dakika

uur

saa

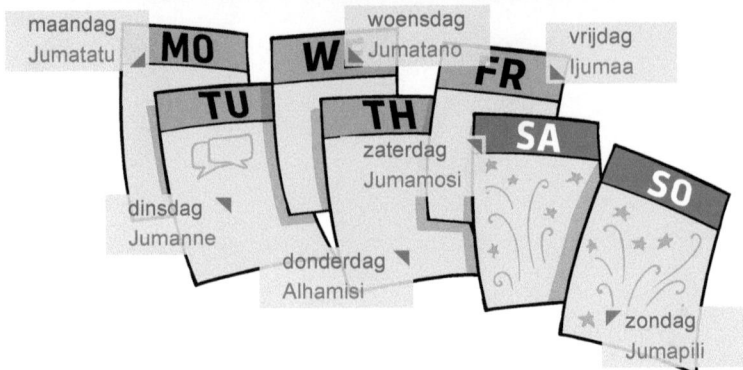

maandag
Jumatatu

woensdag
Jumatano

vrijdag
ljumaa

dinsdag
Jumanne

zaterdag
Jumamosi

donderdag
Alhamisi

zondag
Jumapili

gisteren

jana

vandaag

leo

morgen

kesho

ochtend

asubuhi

middag

saa sita mchana

avond

jioni

werkdagen

siku za biashara

weekend

mwishoni mwa wiki

jaar
mwaka

regen
mvua
regenboog
upinde wa mvua
wind
upepo
sneeuw
theluji
lente
majira ya machipuko
herfst
vuli
zomer
kiangazi
winter
majira ya baridi

4.APRIL 11°
5.APRIL 4°
6.APRIL 13°
7.APRIL 8°
8.APRIL 10°

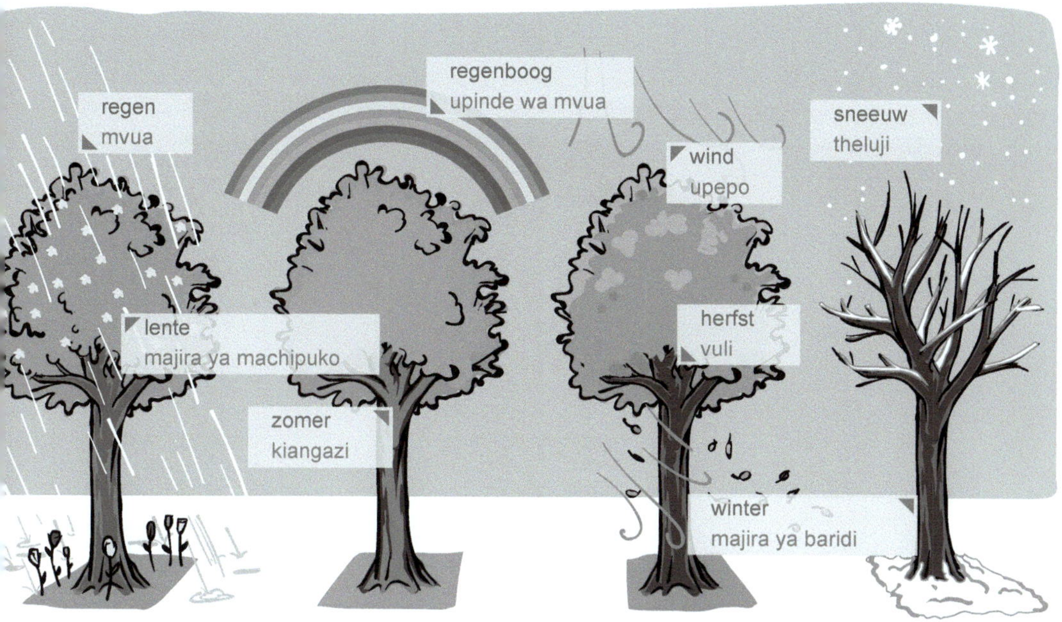

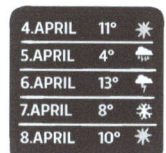

weervoorspelling
utabiri wa hali ya hewa

F
C
120
90
60
30
0
-30
40
30
20
10
0
-10
-20

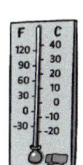

thermometer
kipimajoto

zonneschijn
mwanga wa jua

wolk
wingu

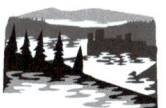

mist
ukungu

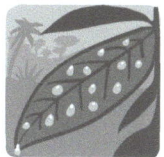

vochtigheid
unyevu

bliksem

umeme

donder

radi

storm

dhoruba

hagel

mvua ya mawe

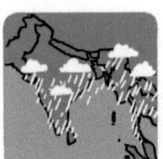

moesson

monsuni

overstroming

mafuriko

ijs

barafu

januari

Januari

februari

Februari

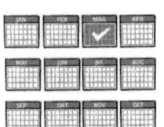

maart

Machi

april

Aprili

mei

Mei

juni

Juni

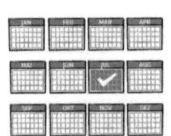

juli

Julai

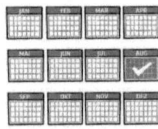

augustus

Agosti

september

Septemba

oktober

Oktoba

november

Novemba

december

Desemba

vormen

maumbo

cirkel

mduara

kwadraat

mraba

rechthoek

mstatili

driehoek

pembetatu

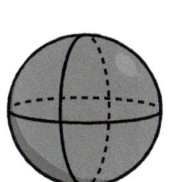

bol

nyanja

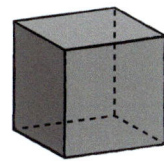

kubus

mchemraba

wit

nyeupe

geel

manjano

oranje

chungwa

roze

rangi ya waridi

rood

nyekundu

paars

hudhurungi

blauw

bluu

groen

kijani

bruin

hanja

grijs

jivujivu

zwart

nyeusi

veel / weinig

mengi / kidogo

boos / kalm

hasira / pole

mooi / lelijk

nzuri / mbaya

begin / einde

mwanzo / mwisho

groot / klein

kubwa / ndogo

licht / donker

angavu / giza

broer / zus

kaka / dada

proper / vuil

safi / chafu

volledig / onvolledig

kamilika / tokamilika

dag / nacht

siku / usiku

dood / levend

wafu / hai

breed / smal

pana / nyembamba

eetbaar / oneetbaar

kulika / kutolika

kwaadaardig / vriendelijk

ovu / ema

opgewonden / verveeld

sisimkwa / udhika

dik / dun

nene / nyembamba

eerst / laatst

kwanza / mwisho

vriend / vijand

rafiki / adui

vol / leeg

jaa / tupu

hard / zacht

ngumu / laini

zwaar / licht

nzito / nyepesi

honger / dorst

njaa / kiu

ziek / gezond

mgonjwa / mwenye afya

illegaal / legaal

haramu / kisheria

intelligent / dom

akili / kijinga

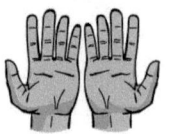

links / rechts

kushoto / kulia

dichtbij / veraf

karibu / mbali

nieuw / gebruikt

mpya / kutumika

niets / iets

kitu / jambo

oud / jong

zee / changa

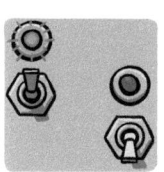

aan / uit

waka / zima

open / dicht

wazi / fungwa

stil / luid

utulivu / kelele

rijk / arm

tajiri / masikini

juist / fout

sahihi / kosa

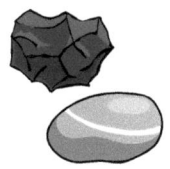

ruw / glad

mbaya / laini

droevig / blij

huzunika / furahia

kort / lang

fupi /ndefu

traag / snel

polepole / haraka

nat / droog

nyevu / kavu

warm / koud

joto / baridi

oorlog / vrede

vita / amani

nambari

0	**1**	**2**
nul	één	twee
sufuri	moja	mbili
3	**4**	**5**
drie	vier	vijf
tatu	nne	tano
6	**7**	**8**
zes	zeven	acht
sita	saba	nane
9	**10**	**11**
negen	tien	elf
tisa	kumi	kumi na moja

12	**13**	**14**
twaalf	dertien	veertien
kumi na mbili	kumi na tatu	kumi na nne
15	**16**	**17**
vijftien	zestien	zeventien
kumi na tano	kumi na sita	kumi na saba
18	**19**	**20**
achtien	negentien	twintig
kumi na nane	kumi na tisa	ishirini
100	**1.000**	**1.000.000**
honderd	duizend	miljoen
mia	elfu	milioni

Engels

Kiingereza

Amerikaans Engels

Kiingereza cha Marekani

Chinees (Mandarijn)

Kimandarini cha Uchina

Hindi

Kihindi

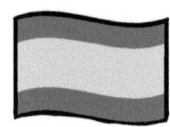

Spaans

Kihispania

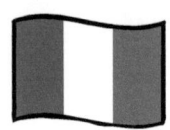

Frans

Kifaransa

Arabisch

Kiarabu

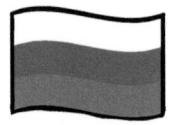

Russisch

Kirusi

Portugees

Kireno

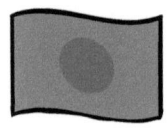

Bengali

Kibengali

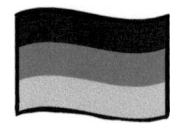

Duits

Kijerumani

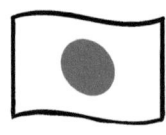

Japans

Kijapani

ik

mimi

u

wewe

hij / zij / het

yeye / yeye / ni

wij

sisi

u

wewe

ze

wao

wie?

nani?

wat?

nini?

hoe?

jinsi gani?

waar?

wapi?

wanneer?

lini?

naam

jina

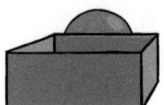

achter

nyuma

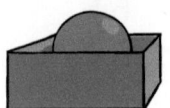

in

katika

voor

mbele ya

boven

juu ya

op

kwenye

onder

chini ya

naast

kando

tussen

kati

plaats

mahali